Impressum
Verlag: BABADADA GmbH, Nedderfeld 112 , 22529 Hamburg
Geschäftsführer / Verlagsleitung: Harald Hof
Druck: Books on Demand GmbH, In de Tarpen 42, 22848 Norderstedt

Imprint
Publisher: BABADADA GmbH, Nedderfeld 112 , 22529 Hamburg, Germany
Managing Director / Publishing direction: Harald Hof
Print: Books on Demand GmbH, In de Tarpen 42, 22848 Norderstedt, Germany

shkolla

trường học

klasa
phòng học
pjesëtim
chia
186/2
tabela
bảng viết
oborr shkolle
sân trường
mësues
giáo viên
letër
giấy
shkruaj
viết
stilolaps
cây bút
tavolinë
bàn làm việc
vizore
cây thước
libri
sách
nxënës
học sinh

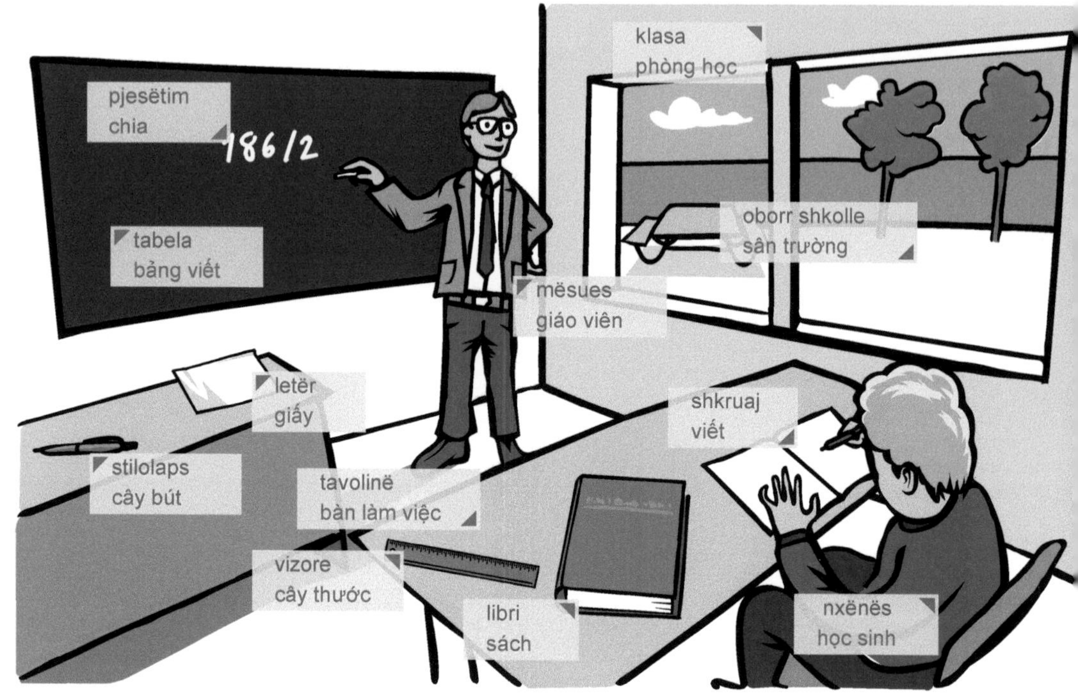

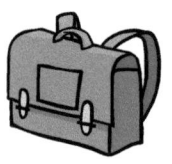

çantë

cặp đeo vai học sinh

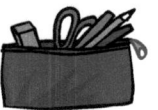

mbajtëse lapsash

hộp đựng bút

laps

bút chì

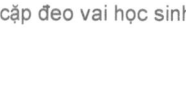

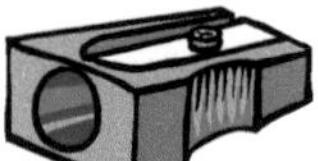

mprehës lapsash

cái gọt bút chì

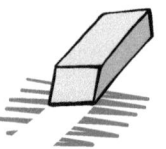

gomë

cục tẩy

fletore vizatimi

tập giấy vẽ

vizatim

bản vẽ

penel

cọ vẽ

kuti bojërash

hộp mực vẽ

gërshërë

cây kéo

ngjitës

keo dán

fletore detyrash

sách bài tập

detyrë shtëpie

bài tập ở nhà

numër

số

mbledh

cộng

zbres

trừ

shumëzoj

nhân

llogaris

tính toán

gërmë

chữ cái

alfabeti

bảng chữ cái

fjalë

từ

tekst

văn bản

lexoj

đọc

shkumës

phấn viết

mësim

bài học

regjistër

sổ lớp

provim

thi kiểm tra

çertifikatë

chứng chỉ

uniformë shkolle

đồng phục học sinh

arsimim

giáo dục

enciklopedia

từ điển bách khoa

universitet

đại học

mikroskop

kính hiển vi

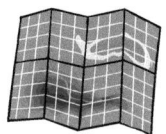

hartë

bản đồ

kosh letrash

thùng rác giấy

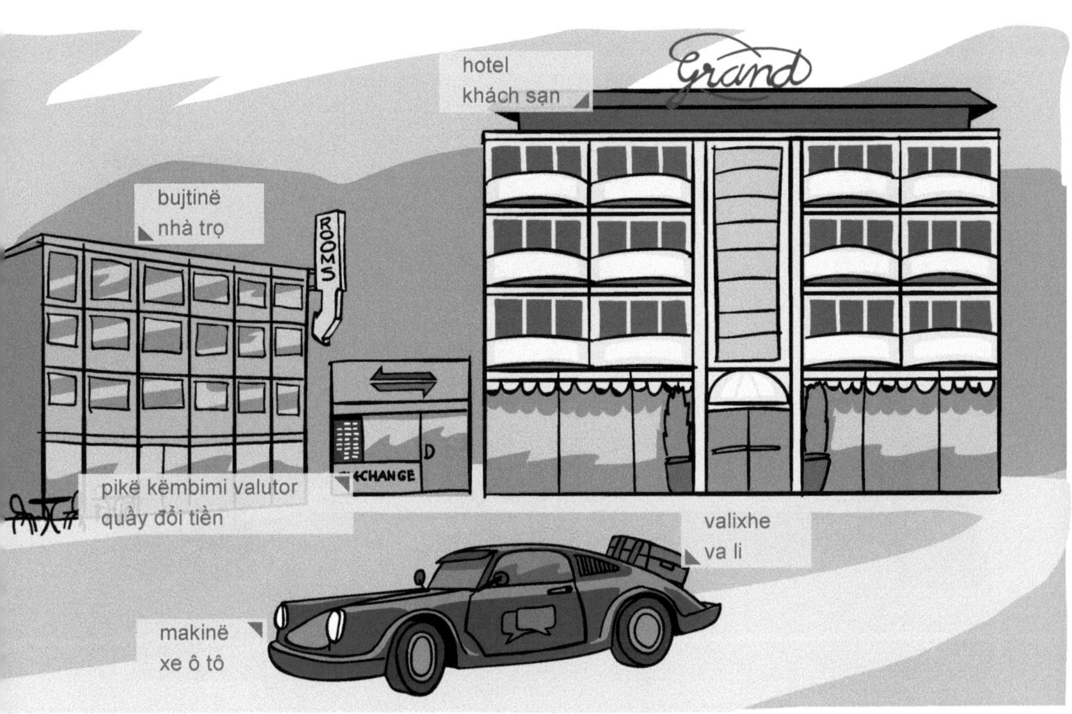

hotel
khách sạn
Grand
bujtinë
nhà trọ
ROOMS
pikë këmbimi valutor
quầy đổi tiền
valixhe
va li
makinë
xe ô tô

gjuhë

ngôn ngữ

po / jo

có / không

Në rregull

ô kê

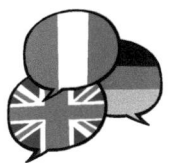

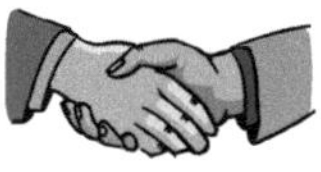

ç'kemi

Xin chào

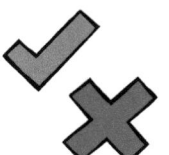

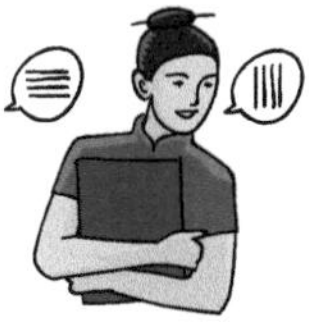

përkthyes

thông dịch viên

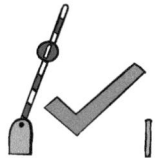

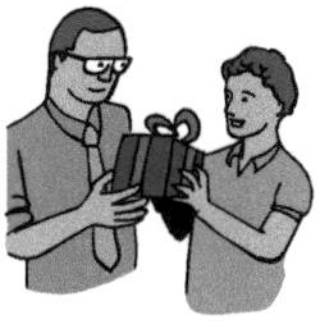

Faleminderit

cám ơn

sa kushton…?

… bao nhiêu tiều?

nuk e kuptoj

tôi không hiểu

problem

vấn đề

Mirëmbrëma!

Xin chào! (buổi tối)

Mirëmëngjes!

xin chào! (buổi sáng)

Natën e mirë!

chúc ngủ ngon!

mirupafshim

tạm biệt

drejtim

hướng đi

bagazhet

hành lý

çantë

túi xách

çantë shpine

túi ba lô

mysafir

khách

dhomë

phòng

thes gjumi

túi ngủ

tendë

lều

informacion për turistët

thông tin du lịch

plazh

bãi biển

kartë krediti

thẻ tín dụng

mëngjes

ăn sáng

drekë

ăn trưa

darkë

ăn tối

Biletë

vé xe

ashensor

thang máy

pulla

tem bưu điện

kufi

biên giới

doganë

hải quan

ambasadë

đại sứ quán

vizë

thị thực

pasaportë

hộ chiếu

transport

vận chuyển

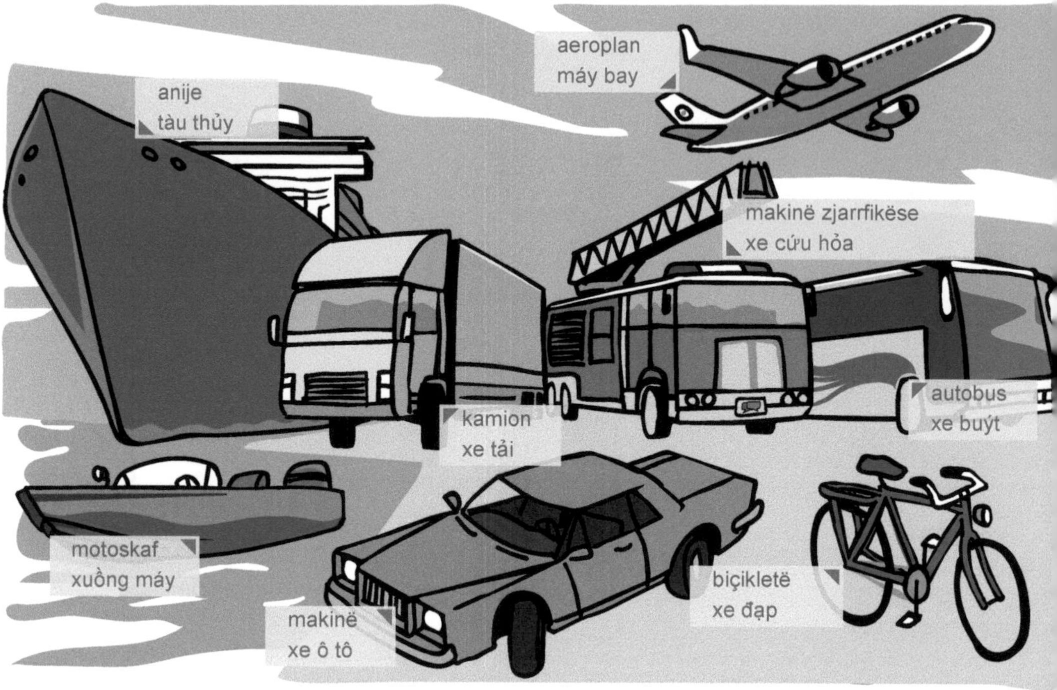

aeroplan
máy bay
anije
tàu thủy
makinë zjarrfikëse
xe cứu hỏa
autobus
xe buýt
kamion
xe tải
motoskaf
xuồng máy
biçikletë
xe đạp
makinë
xe ô tô

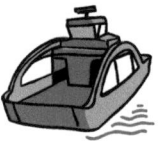

traget

phà

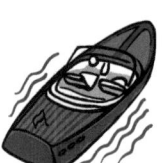

varkë

xuồng

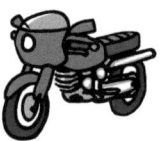

motoçikletë

xe máy

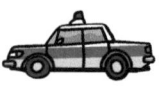

makinë policie

xe cảnh sát

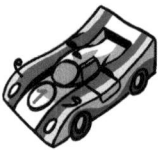

makinë garash

xe đua

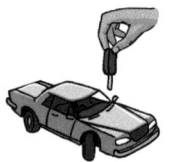

makinë me qira

xe cho thuê

ndarje e qirasë së makinës

dịch vụ thuê xe tự lái

karroatrec

xe kéo cứu hộ

makinë plehrash

xe rác

motor

động cơ

benzinë

xăng

pikë karburanti

trạm xăng

sinjalistikë trafiku

biển báo giao thông

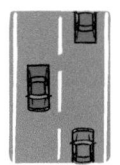

trafik

giao thông

bllokim trafiku

ách tắc giao thông

parkim makinash

bãi đậu xe

stacion treni

nhà ga

trase

đường ray

tren

xe lửa

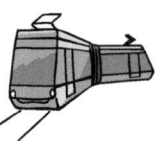

tramvaj

tàu điện

karro

toa xe

helikopter

máy bay trực thăng

aeroport

sân bay

kullë

tháp

pasagjer

hành khách

kontenier

côngtenơ

kuti kartoni

thùng các-tông

qerre

xe đẩy

shportë

cái giỏ

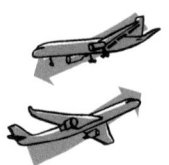

ngrihem / ulem

cất cánh / hạ cánh

qytet
thành phố

fshat

làng

qendra e qytetit

trung tâm thành phố

shtëpi

nhà

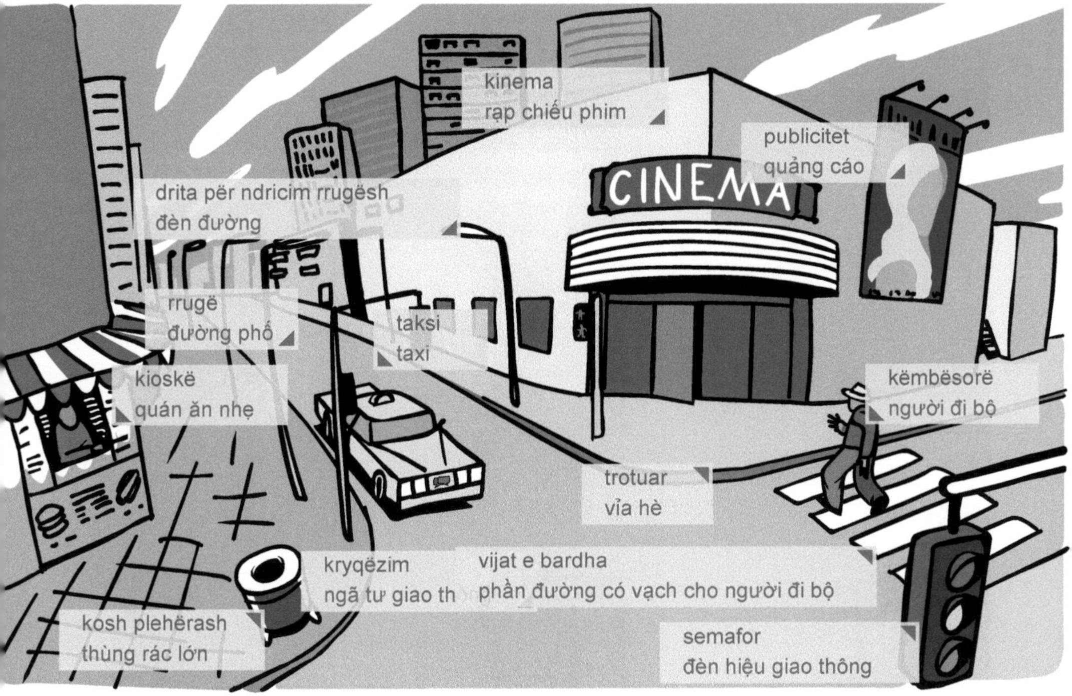

kinema
rạp chiếu phim

publicitet
quảng cáo

drita për ndricim rrugësh
đèn đường

CINEMA

rrugë
đường phố

taksi
taxi

kioskë
quán ăn nhẹ

këmbësorë
người đi bộ

trotuar
vỉa hè

kryqëzim
ngã tư giao th

vijat e bardha
phần đường có vạch cho người đi bộ

kosh plehërash
thùng rác lớn

semafor
đèn hiệu giao thông

kasolle
....
nhà chòi

apartament
....
căn hộ

stacion treni
....
nhà ga

bashki
....
tòa thị chính

muze
....
viện bảo tàng

shkolla
....
trường học

universitet

đại học

bankë

ngân hàng

spital

bệnh viện

hotel

khách sạn

farmaci

hiệu thuốc

zyrë

văn phòng

librari

hiệu sách

dyqan

cửa hiệu

dyqan lulesh

cửa hiệu bán hoa

supermarket

siêu thị

market

chợ

mapo

cửa hàng bách hóa

dyqan peshku

người bán cá

qëndër tregtare

trung tâm mua bán

port

bến cảng

park

công viên

stol

ghế băng

urë

cầu

shkallë

cầu thang

metro

tàu điện ngầm

tunel

đường hầm

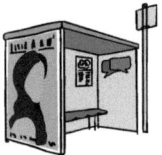

stacion autobuzi

trạm xe buýt

bar

quán bar

restorant

khách sạn

kuti postare

hòm thư công cộng

sinjalistikë rrugore

bảng hiệu đường

kohëmatës parkimi

đồng hồ đậu xe

kopsht zoologjik

vườn bách thú

pishinë

bể bơi

xhami

nhà thờ Hồi giáo

fermë

nông trại

ndotje

ô nhiễm môi trường

varrezë

nghĩa trang

kishë

nhà thờ

shesh lojërash

sân chơi

tempull

ngôi đền

peisazh
phong cảnh

gjethe
lá cây

tabela orientuese
bảng chỉ đường

rrugë
lối đi

livadh
bãi cỏ

gurë
hòn đá

pemë
cây

ekskursionist
người đi bộ đường dài

lumë
sông

bar
cỏ

lule
bông hoa

luginë

thung lũng

kodër

đồi

liqen

hồ nước

pyll

rừng

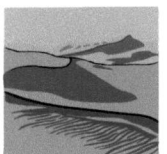

shkretëtirë

sa mạc

vullkan

núi lửa

kështjellë

lâu đài

ylber

cầu vồng

kepudhë

nấm

palmë

cây cọ

mushkonjë

con muỗi

mizë

con ruồi

milingonë

con kiến

bletë

con ong

merimangë

con nhện

brumbull

bọ cánh cứng

bretkosë

con ếch

ketër

con sóc

iriq

con nhím

lepur

con thỏ

buf

con cú

zog

con chim

mjellmë

thiên nga

derr i egër

heo rừng

dre

con hươu

dre brilopatë

nai sừng tấm

digë

đê

turbinë ere

tuabin gió

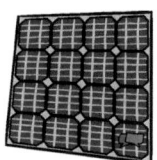

panel diellor

tấm năng lượng mặt trời

klimë

khí hậu

restorant
khách sạn

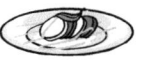

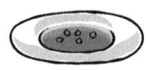

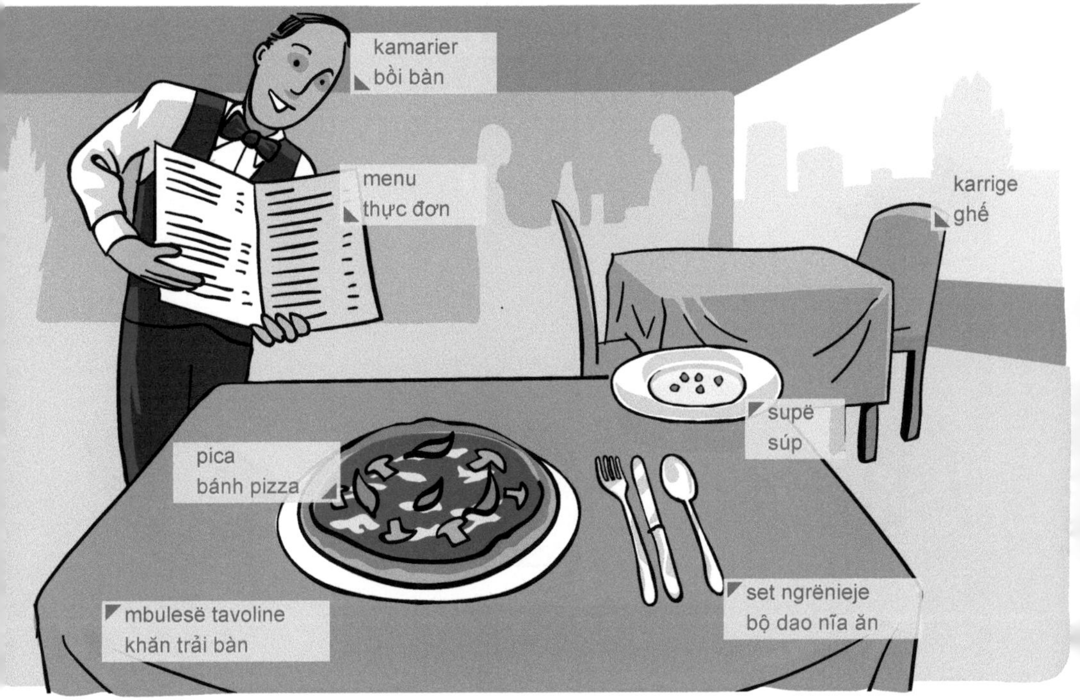
kamarier
bồi bàn
menu
thực đơn
karrige
ghế
supë
súp
pica
bánh pizza
mbulesë tavoline
khăn trải bàn
set ngrënieje
bộ dao nĩa ăn

pjatë e parë

món ăn khai vị

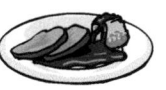

pjatë kryesore

món ăn chính

ëmbëlsirë

món tráng miệng

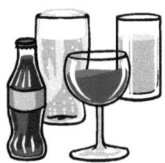

pije

thức uống

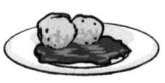

ushqim

thức ăn

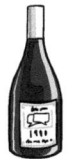

shishe

cái chai

ushqim i shpejtë

thức ăn nhanh

ushqim i shërbyer në rrugë

thức ăn đường phố

ibrik çaji

ấm trà

kuti sheqeri

hộp đường

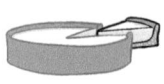

racion

khẩu phần

makinë kafeje ekspres

máy pha espresso

karrige e lartë

ghế cao

faturë

hóa đơn

tabaka

khay

thika

dao

pirun

nĩa

lugë

thìa

lugë çaji

thìa uống trà

pecetë

khăn ăn

gotë

cốc thủy tinh

pjatë
....
đĩa

pjatë supe
....
đĩa súp

pjatë filxhani
....
đĩa lót cốc

salcë
....
nước sốt

mbajtëse kripe
....
lọ muối

mulli piperi
....
cái xay tiêu

uthull
....
giấm

vaj
....
dầu

erëza
....
gia vị

keçap
....
nước xốt cà chua

mustardë
....
tương hạt cải

majonezë
....
nước sốt mayonnaise

supermarket

siêu thị

ofertë speciale
chào giá đặc biệt
FOR
klient
khách hàng
produkte bulmeti
sản phẩm từ sữa
frut
trái cây
karrocë pazari
xe đẩy mua sắm

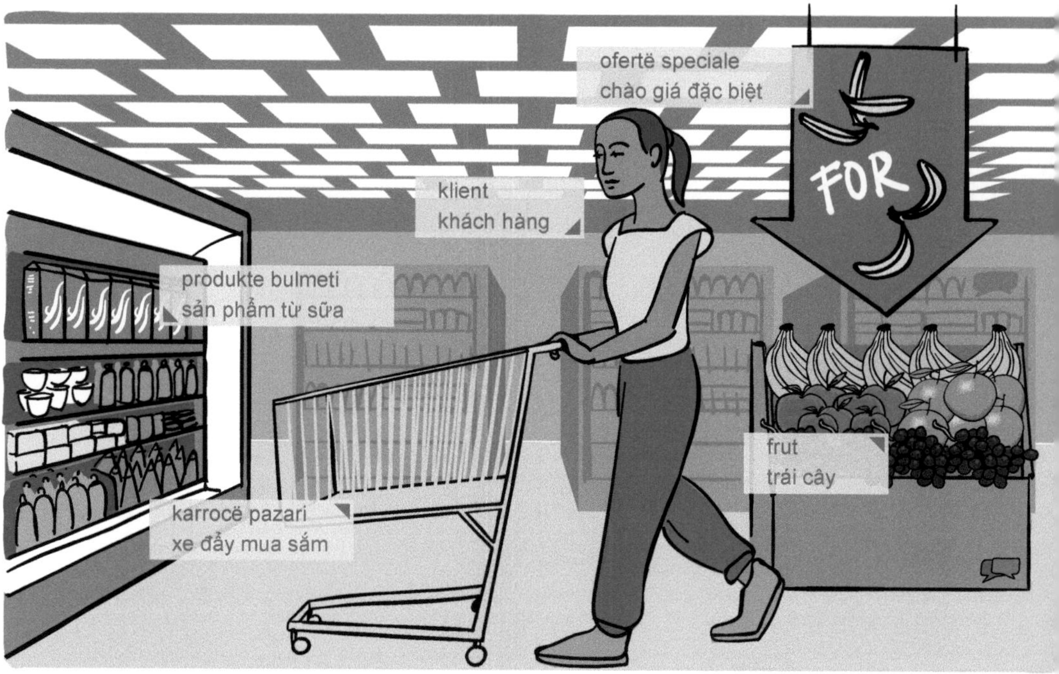

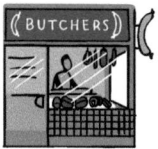

BUTCHERS

dyqan mishi

lò mổ

BAKERY

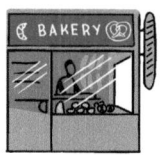

furrë buke

cửa hiệu bán bánh mì

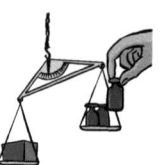

peshoj

cân nặng

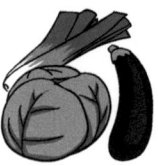

perime

rau quả

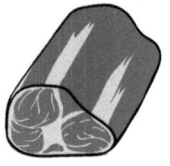

mish

thịt

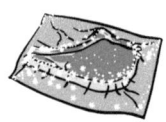

ushqim i ngrirë

thức ăn đông lạnh

copë

lát thịt nguội

ushqim i konservuar

đồ hộp

pluhur larës

bột giặt

ëmbëlsirat

đồ ngọt

prodhime shtëpie

sản phẩm dùng trong gia đình

produkte pastrimi

chất tẩy rửa

shitëse

người bán hàng

kasë fiskale

quầy trả tiền

arkëtar

nhân viên thu ngân

listë blerjeje

danh sách mua sắm

oraret e punës

giờ mở cửa

portofol

ví tiền

kartë krediti

thẻ tín dụng

çantë

túi đeo

qese plastike

túi ny lông

ujë

nước

lëng frutash

nước quả ép

qumësht

sữa

koka-kola

coca-cola

verë

rượu vang

birrë

bia

alkool

cồn

kakao

cacao

çaj

trà

kafe

cà phê

kafe ekspres

espresso

kapuçino

cappuccino

banane

chuối

mollë

quả táo

portokalle

quả cam

pjepër

dưa hấu

limon

chanh

karrotë

cà rốt

hudhër

tỏi

bambu

tre

qepë

củ hành

kërpudha

nấm

arra

hạt dẻ

makarona

mì

spageti

mì spaghetti

oriz

cơm

sallatë

xà lách

patate të skuqura

khoai tây chiên

patate të skuqura

khoai tây chiên

pica

bánh pizza

hamburger

bánh hamburger

sanduiç

bánh mì sandwich

shnicel

thịt côtlet

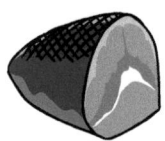

proshutë

thịt giăm bông

sallam

xúc xích

salçiçe

dồi

pulë

gà

skuq

rán

peshk

cá

tërshërë

cháo yến mạch

drithëra

cháo muesli

kornfleiks

bánh bột ngô nướng

miell

bột mì

kruasant

bánh sừng bò

panine

bánh mì

bukë

bánh mì

tost

bánh mì nướng

biskotë

bánh bích quy

gjalp

bơ

gjizë

sữa đông

tortë

bánh ngọt

vezë

trứng

vezë sy

trứng rán

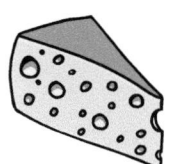

djathë

pho mát

akullore

kem

sheqer

đường

mjaltë

mật ong

marmaladë

mứt

çokokrem

kem nougat

këri

cà ri

ushqim - thức ăn

shtëpi fermë
nhà nông trại

deng bari
kiện rơm

hangar
nhà vựa

fushë
cánh đồng

kal
con ngựa

rimorkio
xe moóc

kërriç
ngựa con

traktor
máy kéo

gomar
con lừa

dele
con cừu

qengj
cừu con

dhi
con dê

lopë
con bò

viç
con bê

derr
con lợn

derrkuc
lợn con

dem
bò đực

patë

con ngỗng

rosë

con vịt

zog pule

gà con

pulë

gà mái

gjel

gà trống

mi

con chuột

mace

mèo

mi

chuột nhắt

buall

bò đực

qen

con chó

kolibe qeni

nhà chuồng chó

zorrë vaditëse

ống tưới vườn cây

vaditëse

thùng tưới cây

kosë

lưỡi hái

plug

cái cày

drapër

cái liềm

shat

cái cuốc

kosa

cái chĩa

sëpatë

cái rìu

karrocë

xe cút kít

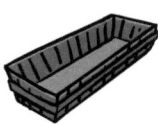

govatë

máng ăn

bidon qumështi

lọ sữa

thes

bao tải

gardh

hàng rào

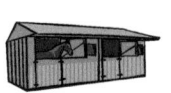

ahur

chuồng

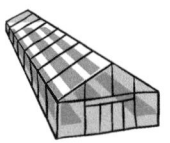

serë

nhà kính trồng cây

dhe

đất trồng

farë

hạt giống

pleh

phân bón

autokombanjë

máy gặt đập liên hợp

korr

thu hoạch

te korrat

mùa thu hoạch

patate e ëmbël "Yam"

khoai lang

grurë

lúa mì

soja

đậu nành

patate

khoai tây

misër

ngô

raps

hạt cải dầu

pemë frutore

cây ăn trái

zhardhok manioku

sắn

drithëra

ngũ cốc

shtëpi

nhà

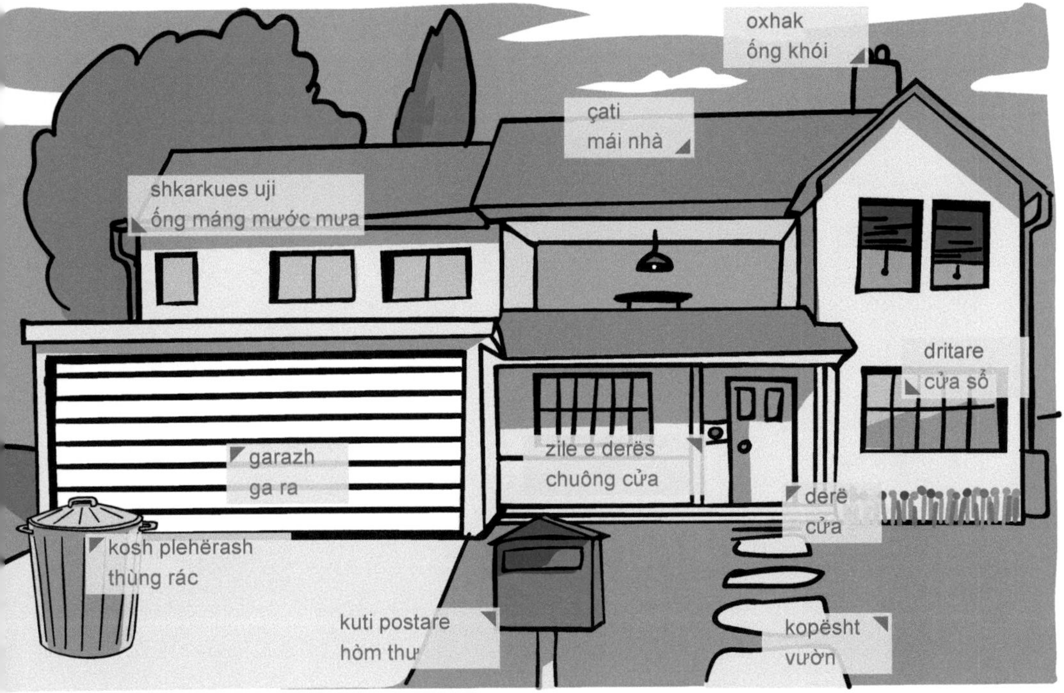
oxhak
ống khói
çati
mái nhà
shkarkues uji
ống máng mước mưa
dritare
cửa sổ
garazh
ga ra
zile e derës
chuông cửa
derë
cửa
kosh plehërash
thùng rác
kuti postare
hòm thư
kopësht
vườn

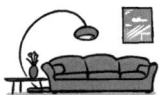

dhomë ndenjeje

phòng khách

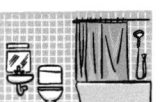

tualet

phòng tắm

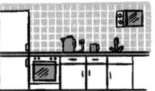

kuzhinë

bếp

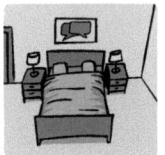

dhomë gjumi

phòng ngủ

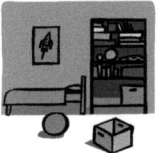

dhomë fëmijësh

phòng trẻ em

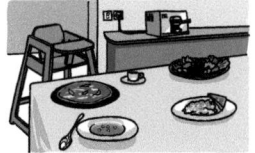

dhomë ngrënieje

phòng ăn

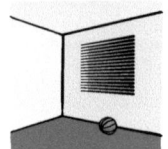

dysheme

nền nhà

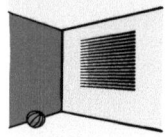

mur

tường

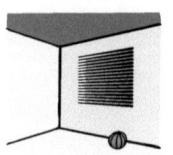

tavan

trần nhà

bodrum

tầng hầm

sauna

tắm hơi

ballkon

ban công

tarracë

sân hiên

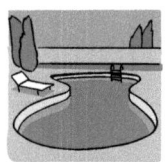

pishinë

bể bơi

kositëse bari

máy cắt cỏ

çarçaf

khăn trải giường

kuvertë

khăn trải giường

krevat

giường

fshesë dore

chổi

kovë

cái xô

çelës

công tắc điện

dhomë ndenjeje
phòng khách

tapiceri
giấy dán tường
fotografi
hình ảnh
llambë
đèn
raft
cái kệ
dollap
tủ
pajisje televizive
ti vi
vatër
lò sưởi
lule
bông hoa
jastëk
gối
divan
ghế sofa
vazo
bình hoa
telekomandë
điều khiển từ xa

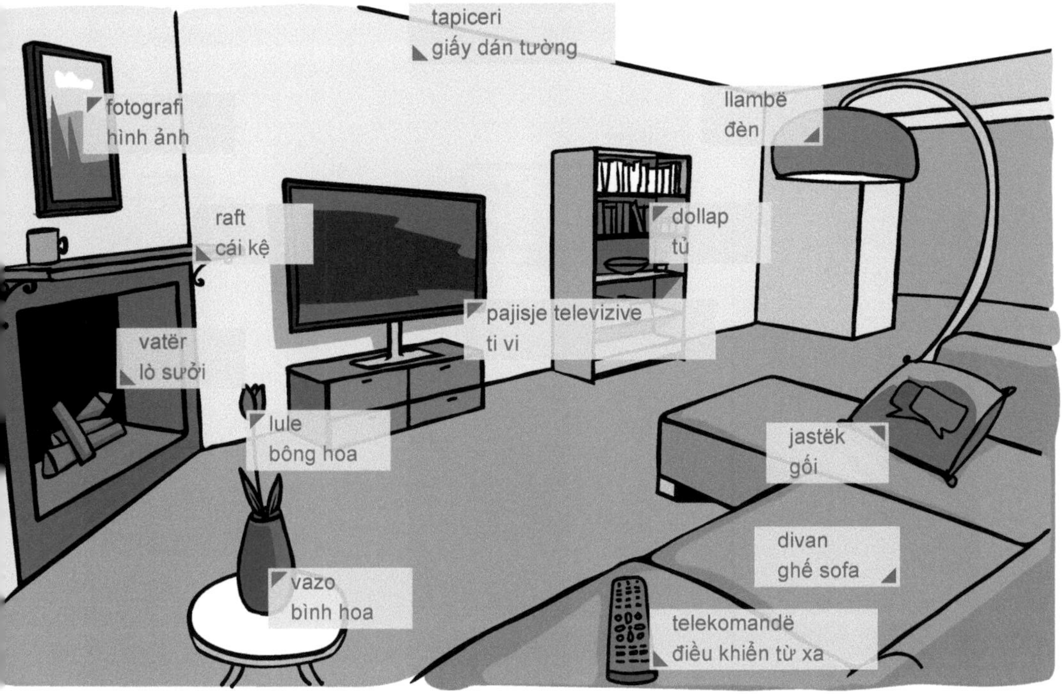

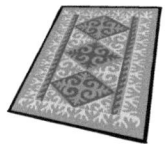

qilim

thảm

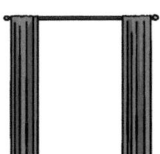

perde

rèm

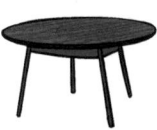

tavolinë

cái bàn

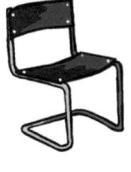

karrige

ghế

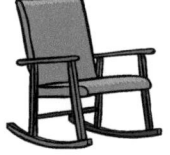

karrige lëkundëse

ghế bập bênh

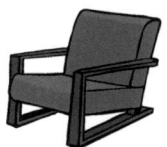

kolltuk

ghế bành

libri

sách

batanije

cái chăn

zbukurime

đồ trang trí

dru zjarri

củi

film

phim

stereo

máy hi-fi

çelës

chìa khóa

gazetë

báo

pikturë

bức tranh

afishe

áp phích

radio

radio

bllok shënimesh

sổ ghi chép

fshesë me korent

máy hút bụi

kaktus

cây xương rồng

qiri

cây nến

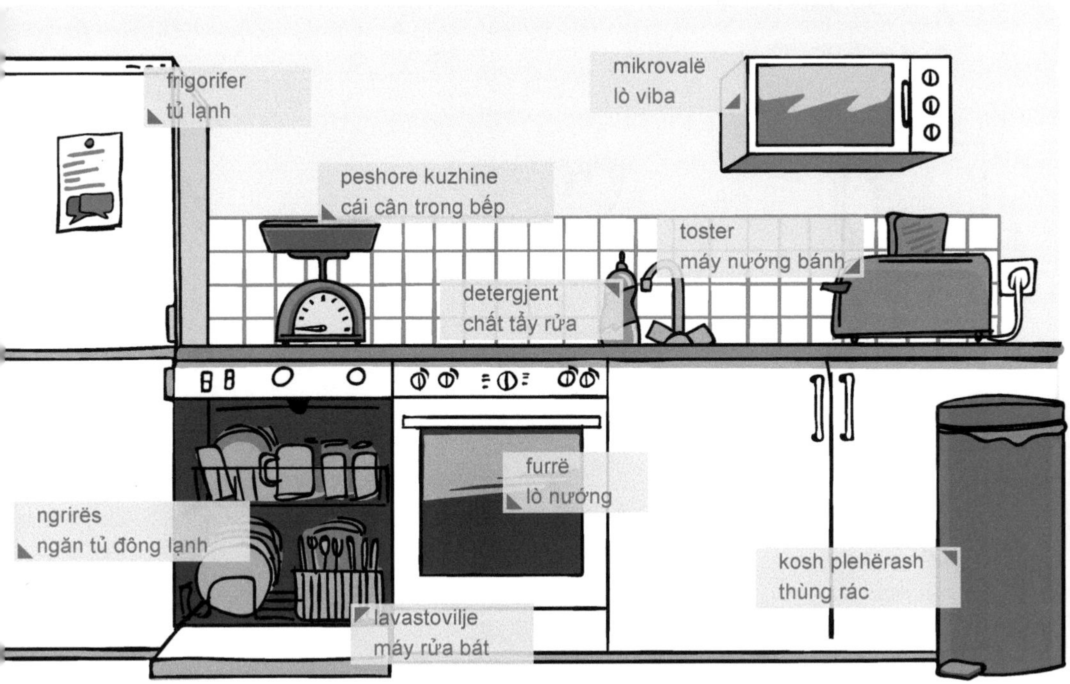

frigorifer
tủ lạnh

mikrovalë
lò viba

peshore kuzhine
cái cân trong bếp

toster
máy nướng bánh

detergjent
chất tẩy rửa

furrë
lò nướng

ngrirës
ngăn tủ đông lạnh

kosh plehërash
thùng rác

lavastovilje
máy rửa bát

sobë

lò nấu

tenxhere

nồi

tenxhere me kapak

nồi sắt

tigan special (Wok)

chảo

tigan

chảo

çajnik

ấm đun nước

tenxhere me avull

nồi đun hơi

tavë pjekjeje

khay lò nướng

enë

bát đĩa

filxhan

cốc

tas

cái bát

shkopinj

đũa

garuzhde

cái vá

spatul

bàn xẻng

tel kuzhine

que đánh kem

kulluese

rây dùng trong bếp

sitë

cái rây lọc

rende

cái nạo

havan

vữa

skarë

vỉ nướng

zjarr

ngọn lửa trần

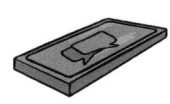

dërrasë për prerje

cái thớt

okllai

trục cán bột

heqëse tapash

cái mở nút chai

kanaçe

vỏ đồ hộp

hapëse kanaçeje

cái mở vỏ đồ hộp

rrobë për të kapur tenxheren

miếng nhắc nồi

lavaman

bồn rửa bát

furçë

bàn chải

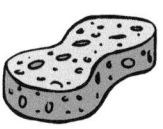

sfungjer

miếng xốp

përzjerës

máy xay

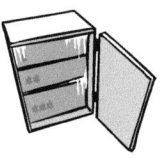

ngrirës

tủ đông lạnh

biberon për lëngje

bình sữa cho trẻ sơ sinh

rubinet

vòi nước

kuzhinë - bếp

tualet
phòng tắm

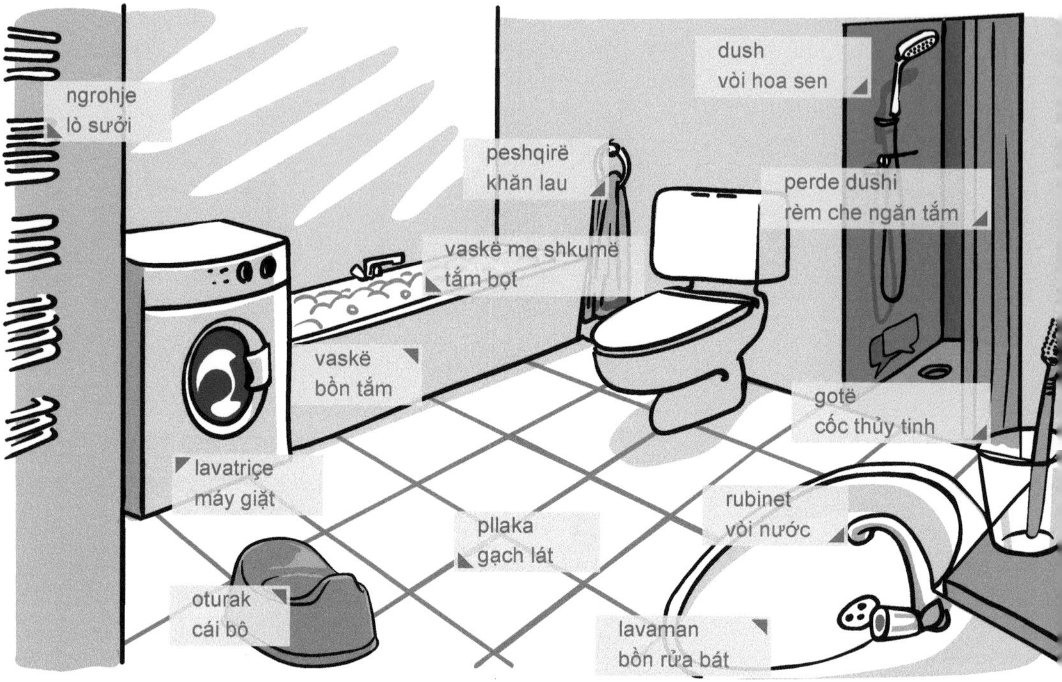

ngrohje
lò sưởi
dush
vòi hoa sen
peshqirë
khăn lau
perde dushi
rèm che ngăn tắm
vaskë me shkumë
tắm bọt
vaskë
bồn tắm
gotë
cốc thủy tinh
lavatriçe
máy giặt
rubinet
vòi nước
pllaka
gạch lát
oturak
cái bô
lavaman
bồn rửa bát

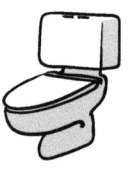

tualet

bồn cầu

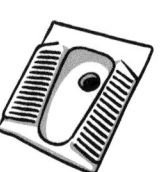

WC e sheshtë

bồn cầu ngồi xổm

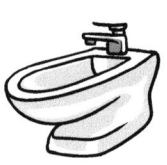

bide

bồn rửa hậu môn

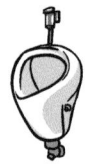

tualet publik

bồn tiểu tiện

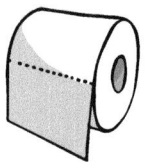

letër higjienike

giấy vệ sinh

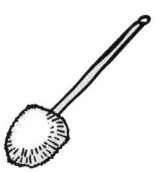

furçe për WC

bàn chải cọ bồn cầu

furçë dhëmbësh

bàn chải đánh răng

pastë dhëmbësh

kem đánh răng

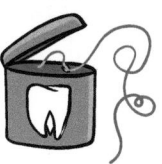

fije dentare

chỉ nha khoa

laj

rửa

dorezë dushi

vòi sen cầm tay

larës për zonën intime

vòi rửa hậu môn

legen

bồn rửa

furçë për masazh shpine

bàn chải cọ lưng

sapun

xà phòng

shampo trupi

sữa tắm

shampo

dầu gội

leckë pastruese

khăn cọ để tắm

kullues

lỗ thoát nước

krem

kem

antidjersë

chất khử mùi

pasqyrë

gương

pasqyrë dore

gương tay

brisk rroje

dao cạo râu

shkumë rroje

kem cạo râu

locion pas rrojes

nước thơm dùng sau khi
cạo râu

krehër

cái lược

furçë

bàn chải

tharëse flokësh

máy xấy tóc

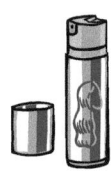

llak për flokët

keo xịt tóc

grim

đồ trang điểm

buzëkuq

thỏi son môi

manikyr

sơn bôi móng

mbushje pambuku

bông

gërshërë për thonj

kéo cắt móng

parfum

nước hoa

çantë për sendet personale

túi đựng đồ tắm

Stol

ghế đẩu

peshore

cái cân

robëdëshambër

áo choàng tắm

dorashka gome

găng tay làm vệ sinh

tampon

nút gạc

peceta higjienike

băng vệ sinh

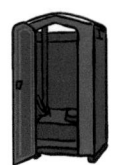

tualet I lëvizshëm

nhà vệ sinh hóa chất

tualet - phòng tắm

dhomë fëmijësh

phòng trẻ em

orë me zile
đồng hồ báo thức
lodra me pellushë
thú bông
makinë lodër
xe đồ chơi
rraketake
cái lúc lắc
shtëpi kukullash
nhà búp bê
dhuratë
món quà

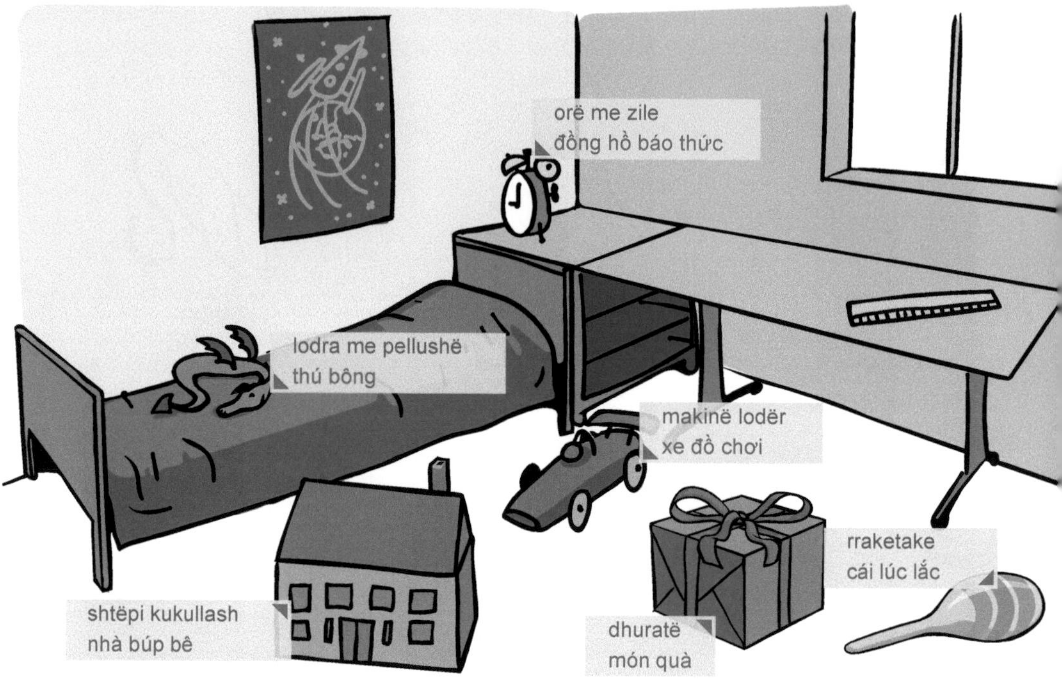

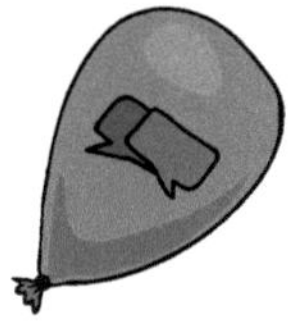

tollumbace

bong bóng

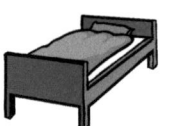

krevat

giường

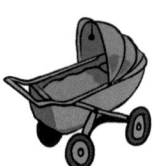

karrocë fëmijësh

xe nôi

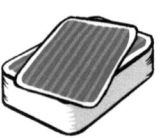

lojë me letra

trò chơi bài

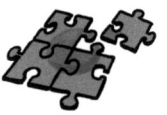

bashkim pjesësh me figura

trò chơi ghép hình

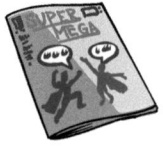

komik

truyện tranh

formuese lodër

gạch Lego

kuba plastikë

khối xếp hình

lodra

nhân vật hành động

badi

áo liền quần cho trẻ sơ sinh

frizbi

đĩa nhựa để ném

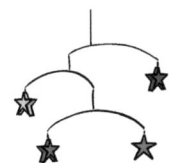
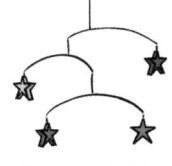

lodra të varura tek krevati i fëmijëve

đồ chơi treo trên giường

tavolinë lojërash

trò chơi cờ bàn

zare

xúc xắc

model treni

đồ chơi xe lửa mô hình

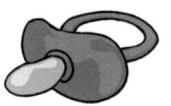

biberon

ti giả

festë

buổi tiệc

libër me ilustrime

sách tranh

top

quả bóng

kukull

búp bê

luaj

chơi

grumbull rëre

hố cát

kolovarëse

cái đu

lodra

đồ chơi

leva për lojra video

máy chơi game cầm tay

triçikël

xe ba bánh

arush prej pellushi

gấu bông

garderobë

tủ quần áo

veshje
y phục

çorape

bít tất

çorape të gjata

bít tất dài

geta

quần tất

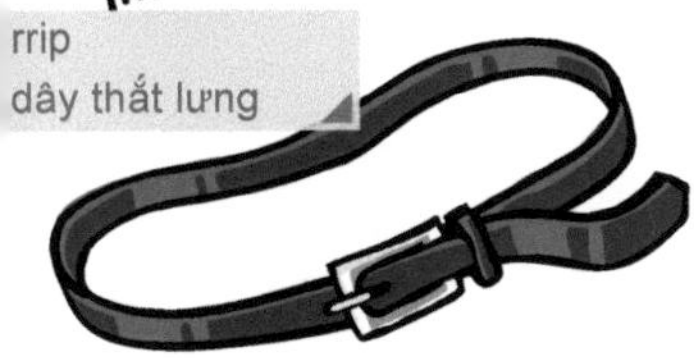

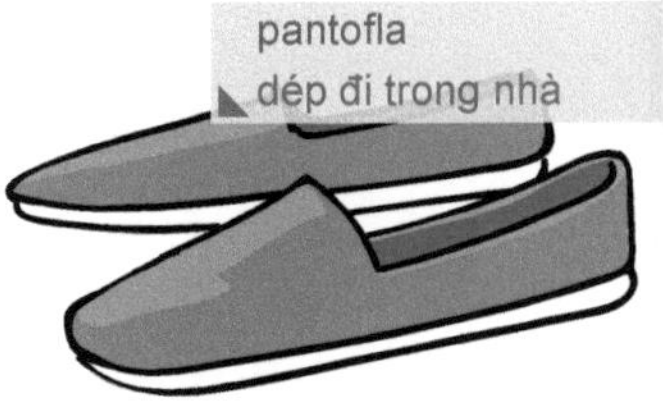

shall
khăn choàng cổ

çadër
ô che mưa

rrip
dây thắt lưng

bluzë pa jakë
áp phông

atlete
giày sneaker

çizme
ủng

pantofla
dép đi trong nhà

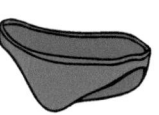
sandale
....
dép xăng đan

këpucë
....
giày

çizme llastiku
....
ủng cao su

të mbathura
....
quần lót

reçipeta
....
áo ngực

kanotierë
....
áo vest

trup

áo ôm sát cơ thể

pantallona

quần dài

xhinse

quần bò

fund

váy

bluzë

áo cánh

këmishë

áo sơ mi

pulovër

áo len chui đầu

triko

áo len

xhaketë

áo blazer

xhaketë

áo jacket

pallto

áo khoác

mushama shiu

áo mưa

kostum

trang phục

fustan

áo váy

fustan nusërie

áo cưới

kostum

bộ com lê

këmishë nate

áo ngủ

pizhama

pijama

sari (veshje tradicionale indiane)

trang phục sari

shami koke

khăn trùm đầu

çallmë

khăn đội đầu

veshje për femrat e besimit musliman

áo burka

kaftan (lloj veshjeje tradicionale)

áo captan

ferexhe

áo aba

kostum banje

quần áo bơi

rroba banje

quần bơi

pantallona të shkurtra

quần đùi

tuta sporti

quần áo tracksuit

përparëse

tạp dề

dorashka

găng tay

kopsë

cái cúc

syze

kính mắt

byzylyk

vòng đeo tay

gjerdan

vòng cổ

unazë

nhẫn

vath

hoa tai

kapuç

mũ lưỡi trai

varëse për pallto

cái mắc treo áo quần

kapele

mũ

kravatë

cà vạt

zinxhir

dây kéo phéc mơ tuya

helmetë

mũ bảo hiểm

tiranda

dây đeo quần

uniformë shkolle

đồng phục học sinh

uniformë

đồng phục

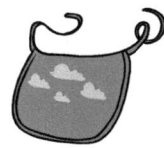

gushore

yếm trẻ em

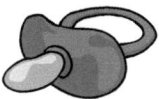

biberon

ti giả

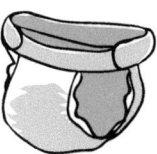

pelenë

tã lót

zyrë

văn phòng

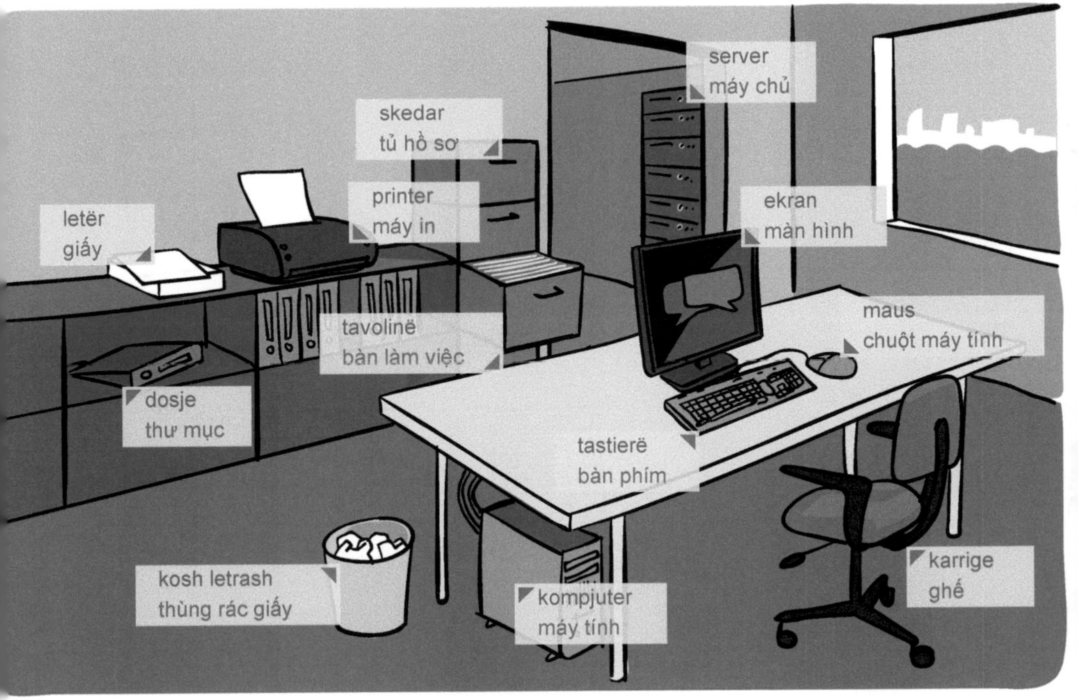
server
máy chủ
skedar
tủ hồ sơ
printer
máy in
letër
giấy
ekran
màn hình
maus
chuột máy tính
tavolinë
bàn làm việc
dosje
thư mục
tastierë
bàn phím
kosh letrash
thùng rác giấy
kompjuter
máy tính
karrige
ghế

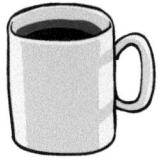

filxhan kafeje

cốc cà phê

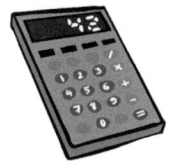

makinë llogaritëse

máy tính bỏ túi

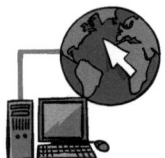

internet

internet

kompjuter portativ
laptop

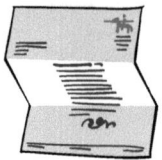

letër
thư

mesazh
tin nhắn

telefon
điện thoại di động

rrjet
mạng

fotokopje
máy photocopy

program
phần mềm

telefon
điện thoại

prizë
ổ cắm điện

pajisje faksi
máy fax

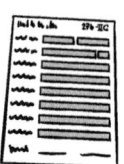

formular
mẫu đơn

dokument
chứng từ

blej

mua

paguaj

trả tiền

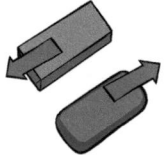

tregtoj

buôn bán

para

tiền

USD

dollar

đô la

EUR

euro

Euro

JPY

jen

yên

RUB

rubla

rúp

CHF

franga zvicerane

franc Thụy Sĩ

CNY

juani kinez

nhân dân tệ

INR

rupje

rupi

bankomat

máy rút tiền tự động

pikë këmbimi valutor

quầy đổi tiền

ar

vàng

argjend

bạc

nafta

dầu

energji

năng lượng

çmim

giá tiền

kontratë

hợp đồng

taksë

thuế

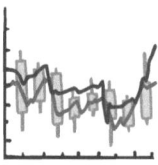

aksione

cổ phiếu

punoj

làm việc

punonjës

nhân viên

punëdhënës

chủ lao động

fabrikë

nhà máy

dyqan

cửa hiệu

profesionet
nghề nghiệp

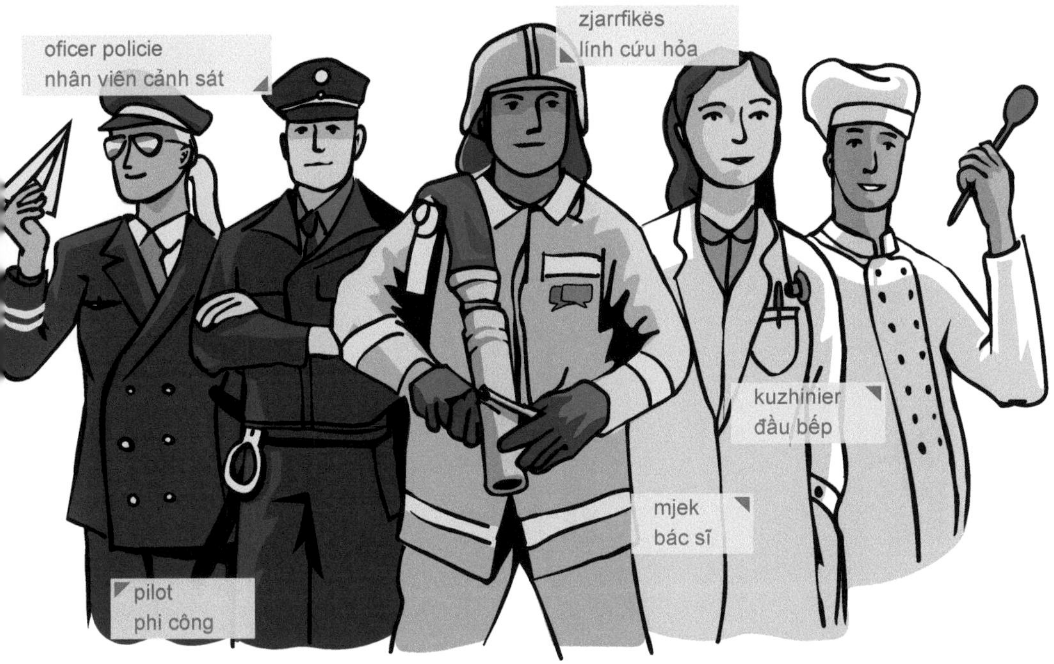

zjarrfikës
lính cứu hỏa
oficer policie
nhân viên cảnh sát
kuzhinier
đầu bếp
mjek
bác sĩ
pilot
phi công

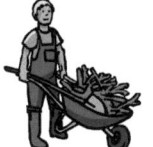

kopshtar

người làm vườn

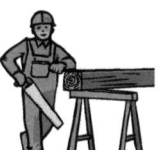

marangoz

thợ mộc

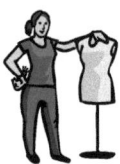

rrobaqepëse

thợ may

gjykatës

chánh án

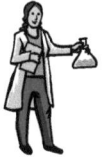

kimist

nhà hóa học

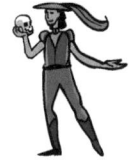

aktor

diễn viên

shofer autobuzi

tài xế xe buýt

taksist

người lái taxi

peshkatar

ngư dân

pastruese

người lau dọn vệ sinh

riparues çatish

thợ lợp mái nhà

kamarier

bồi bàn

gjuetar

thợ săn

piktor

họa sĩ

furrxhi

thợ làm bánh

elektriçist

thợ điện

ndërtues

thợ xây dựng

inxhinier

kỹ sư

kasap

người hàng thịt

hidraulik

thợ sửa ống nước

postieri

người đưa thư

ushtar

người lính

arkitekt

kiến trúc sư

arkëtar

nhân viên thu ngân

luleshitës

người bán hoa

berber

thợ cắt tóc

kontrollor

nhân viên soát vé

mekanik

thợ cơ khí

kapiten

thuyền trưởng

dentist

nha sĩ

shkencëtar

nhà khoa học

rabin

giáo sĩ Do thái

imam

lãnh tụ Hồi giáo

murg

nhà sư

klerik

mục sư

mjete

dụng cụ

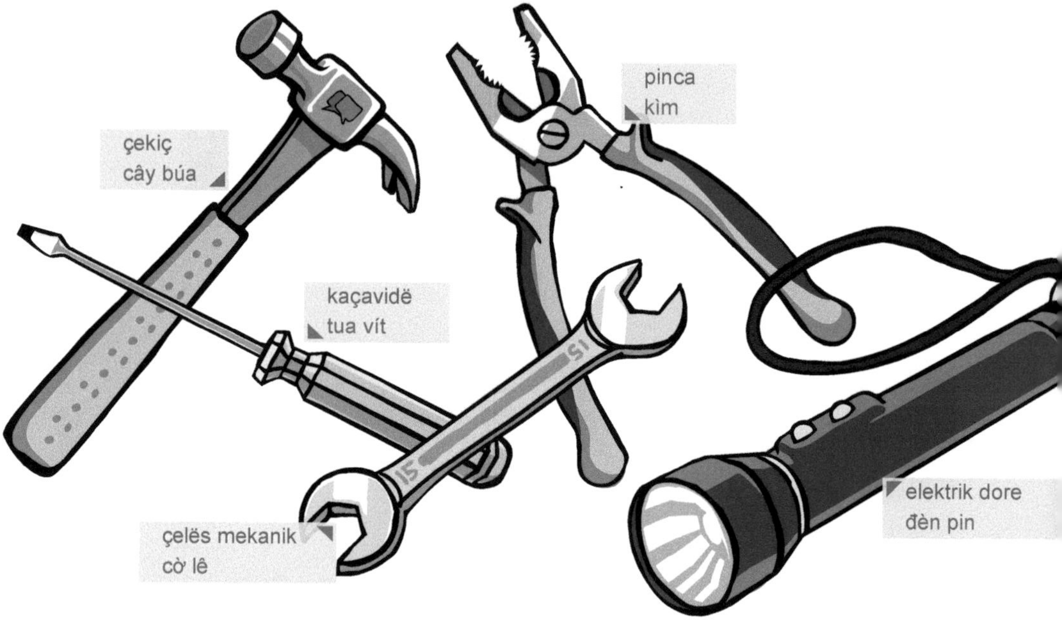
pinca
kìm
çekiç
cây búa
kaçavidë
tua vít
çelës mekanik
cờ lê
elektrik dore
đèn pin

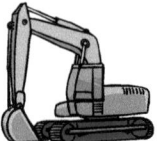

ekskavator

máy xúc đất

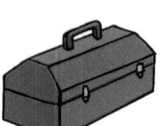

kuti veglash

hộp dụng cụ

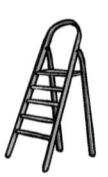

shkallë

cái thang

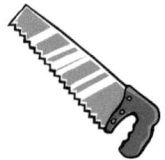

sharrë

cưa

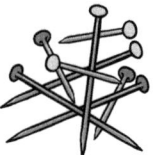

gozhdë

đinh

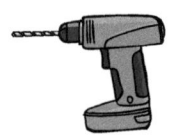

trapan

máy khoan

riparoj

sửa chữa

lopatë

cái xẻng

Dreq!

khốn nạn!

kaci

cái hót rác

kuti boje

thùng sơn

vidhë

vít

instrumenta muzikorë
nhạc cụ

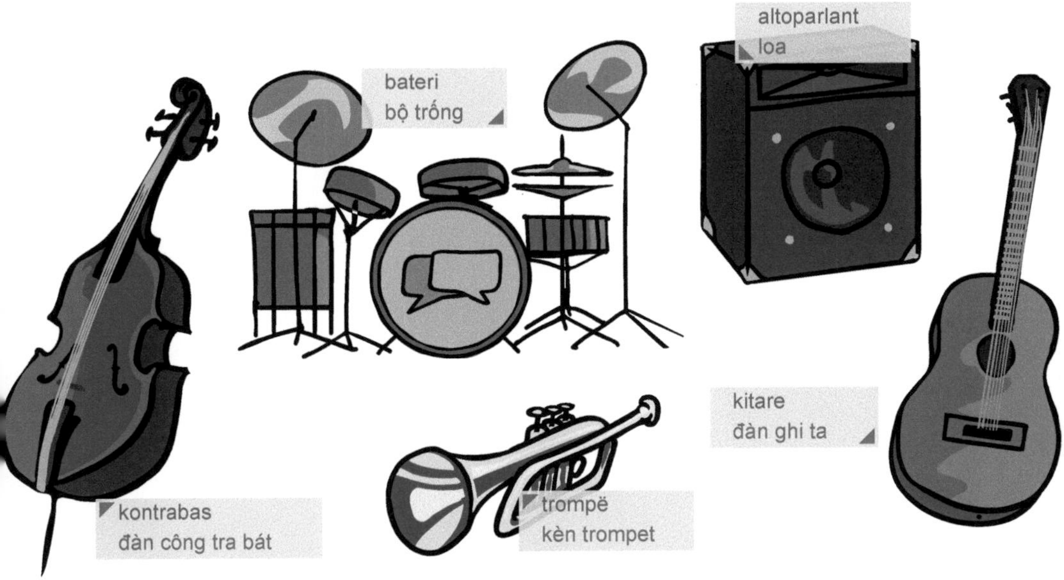

altoparlant
loa

bateri
bộ trống

kontrabas
đàn công tra bát

trompë
kèn trompet

kitare
đàn ghi ta

piano

đàn piano

violinë

đàn vĩ cầm

bas

ghi ta bass

tamburë

trống định âm

daulle

trống

tastierë pianoje

đàn organ

saksofon

kèn Saxophone

flaut

sáo

mikrofon

micro

kopsht zoologjik
vườn bách thú

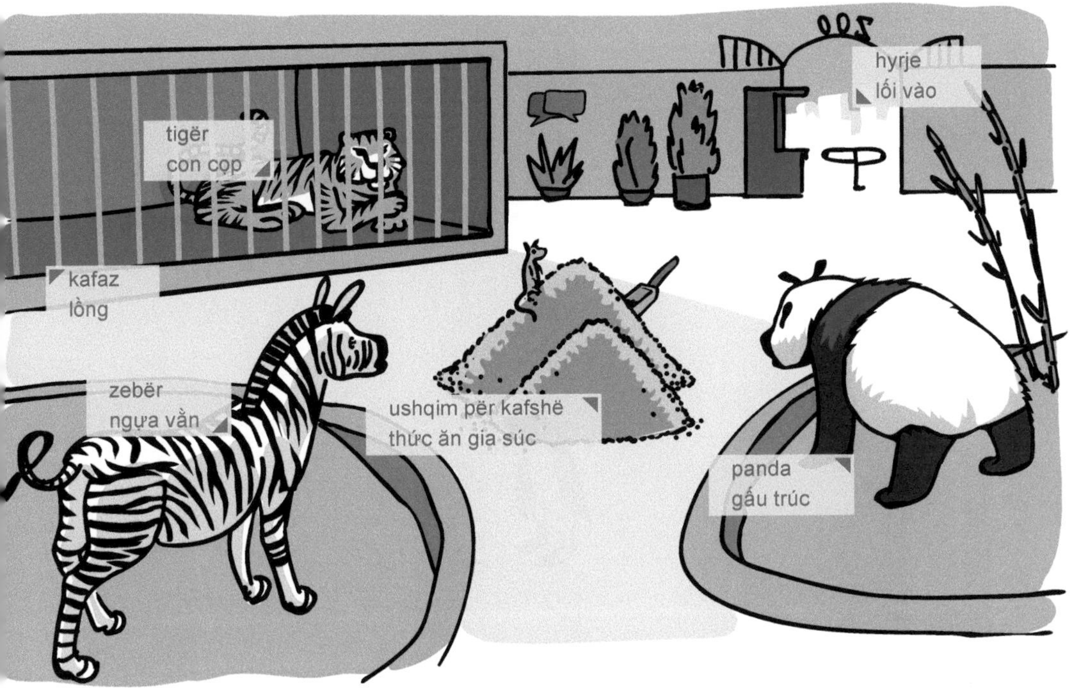
zoo
hyrje
lối vào
tigër
con cọp
kafaz
lồng
zebër
ngựa vằn
ushqim për kafshë
thức ăn gia súc
panda
gấu trúc

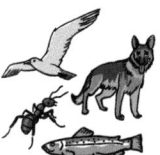

kafshë
....
động vật

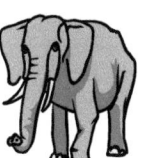

elefant
....
con voi

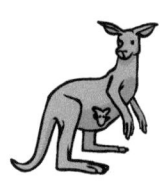

kangur
....
chuột túi

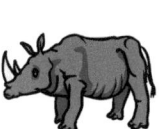

rinoceront
....
tê giác

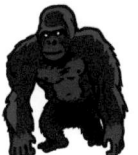

gorillë
....
khỉ đột

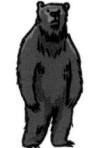

ari
....
con gấu

deve

lạc đà

struc

đà điểu

luan

sư tử

majmun

con khỉ

flamingo

hồng hạc

papagall

con vẹt

ari polar

gấu bắc cực

pinguin

chim cánh cụt

peshkaqen

cá mập

pallua

con công

gjarpër

con rắn

krokodil

cá sấu

punonjës i kopshtit zoologjik

người trông giữ vườn bách
thú

fokë

hải cẩu

xhaguar

báo đốm

poni

ngựa lùn

leopard

con báo

hipopotam

hà mã

gjirafë

hươu cao cổ

shqiponjë

đại bàng

derr i egër

heo rừng

peshk

cá

breshkë

con rùa

lopë deti

hải mã

dhelpër

con cáo

gazelë

linh dương

sportet
thể thao

futboll amerikan
bóng bầu dục Mỹ

çiklizëm
đua xe đạp

tenis
quần vợt

basketboll
bóng rổ

not
bơi

boks
đấm bốc

hokej mbi akull
khúc côn cầu trên băng

futboll
bóng đá

badminton
cầu lông

atletikë
điền kinh

hendboll
bóng ném

ski
trượt tuyết

polo
polo

aktivitet

các hoạt động

qesh
cười
hidhem
nhảy
përqafoj
ôm
eci
đi bộ
këndoj
ca hát
ëndërroj
mơ
lutem
cầu nguyện
puth
hôn

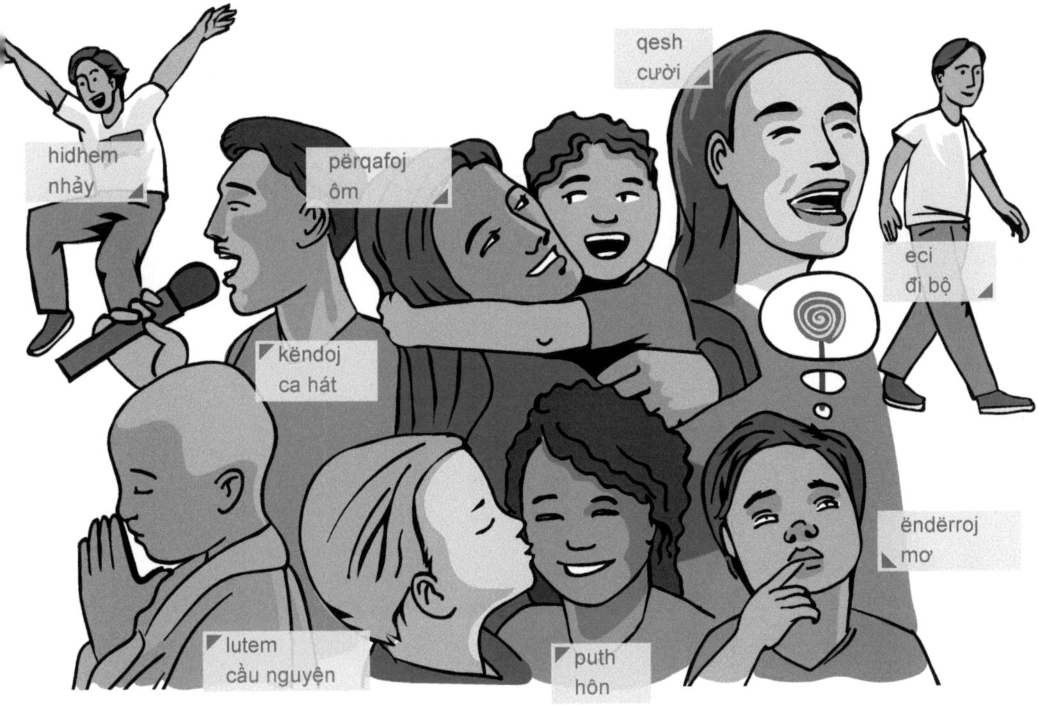

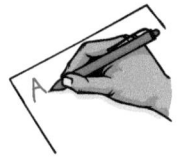

shkruaj
viết

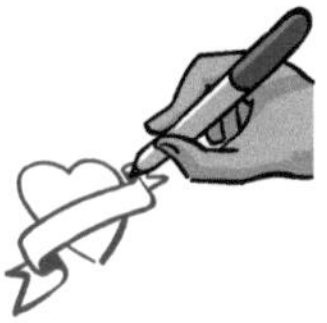

vizatoj
vẽ

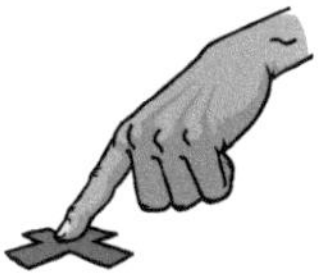

tregoj
chỉ trỏ

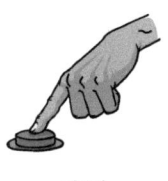

shtyj
đẩy

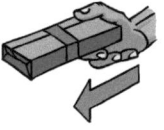

jap
cho

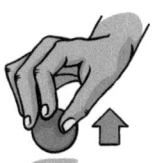

marr
lấy đi

kam
....
có

bëj
....
làm

jam
....
thì / là

qëndroj
....
đứng

vrapoj
....
chạy

tërheq
....
kéo

hedh
....
ném

bie
....
rơi

shtrihem
....
nằm

pres
....
chờ đợi

mbaj
....
mang vác

ulem
....
ngồi

vishem
....
mặc quần áo

fle
....
ngủ

zgjohem
....
thức dậy

shikoj

xem

qaj

khóc

përkëdhel

vuốt ve

kreh

chải

bisedoj

nói chuyện

kuptoj

hiểu

kërkoj

câu hỏi

dëgjoj

nghe

pi

uống

ha

ăn

sistemoj

dọn dẹp

dashuroj

yêu

gatuaj

nấu nướng

drejtoj makinën

lái xe

fluturoj

bay

aktivitet - các hoạt động

lundroj

đi thuyền buồm

llogaris

tính toán

lexoj

đọc

mësoj

học

punoj

làm việc

martohem

cưới

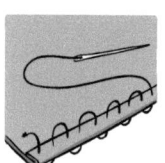

qep

khâu vá

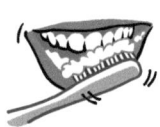

laj dhëmbët

đánh răng

vras

giết

tymos

hút thuốc

dërgoj

gửi đi

yshe
a nội (ngoại)

gjysh
ông nội (ngoại)

baba
cha

nënë
mẹ

bebe
trẻ con

vajzë
con gái

djalë
con trai

mysafir

khách

teze, hallë

cô (dì)

dajë, xhaxha

chú, bác (cậu)

vëlla

anh (em) trai

motër

chị (em) gái

trupi

cơ thể

balli
trán
syri
mắt
shpatulla
vai
gishti
ngón tay
fytyra
mặt
mjekra
cằm
dora
bàn tay
këmba
chân
krahërori
ngực
krahu
cánh tay

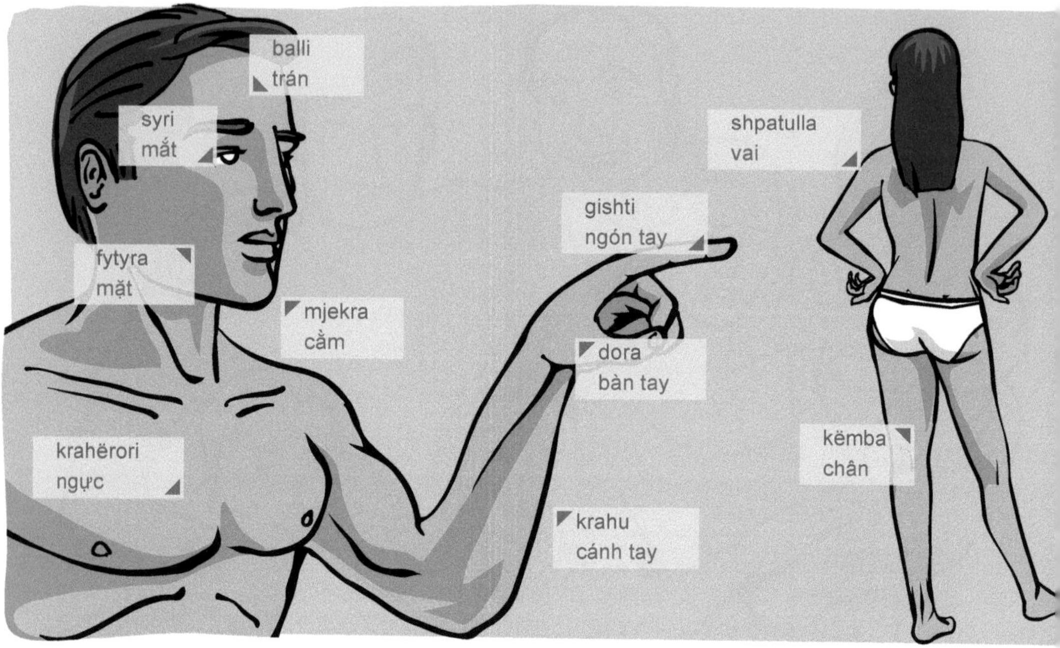

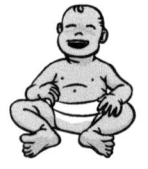

bebe

trẻ con

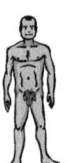

burrë

đàn ông

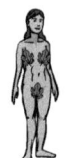

grua

phụ nữ

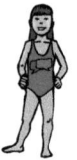

vajzë

bé gái

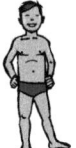

djalë

bé trai

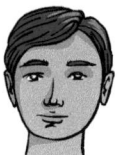

koka

đầu

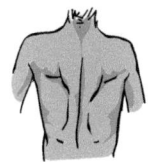

shpina

lưng

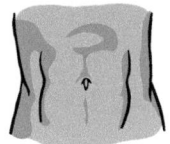

barku

bụng

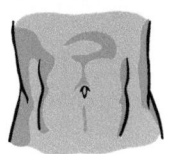

kërthiza

rốn

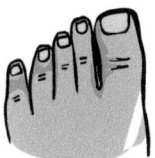

gisht këmbe

ngón chân

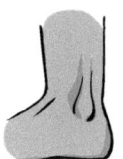

Thembra

gót chân

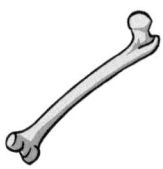

kockë

xương

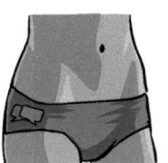

legeni

hông

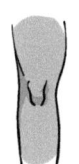

gjuri

đầu gối

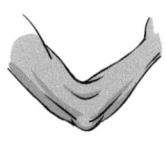

bërryli

khuỷu tay

hunda

mũi

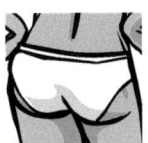

vithe

mông

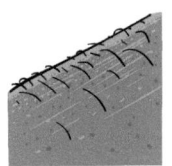

lëkura

da

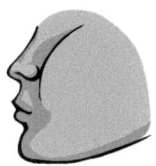

faqja

má

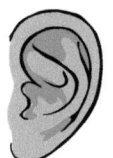

veshi

tai

buza

môi

goja

miệng

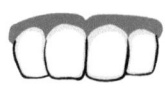

dhëmbët

răng

gjuha

lưỡi

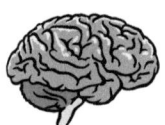

truri

não

zemra

tim

muskul

cơ bắp

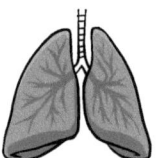

mushkëria

phổi

mëlçia

gan

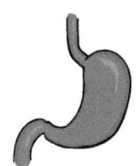

stomaku

dạ dày

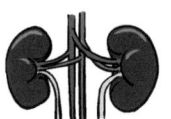

veshka

thận

seks

giao hợp

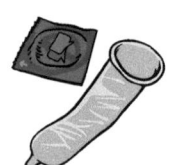

prezervativ

bao cao su

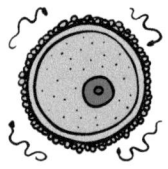

veza

noãn

sperma

tinh dịch

shtatëzani

mang thai

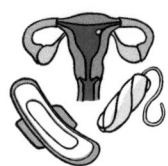

menstruacione

kinh nguyệt

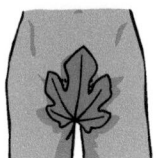

vagina

âm vật

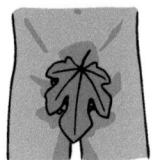

penis

dương vật

vetulla

lông mày

flokët

tóc

qafa

cổ

spital
bệnh viện

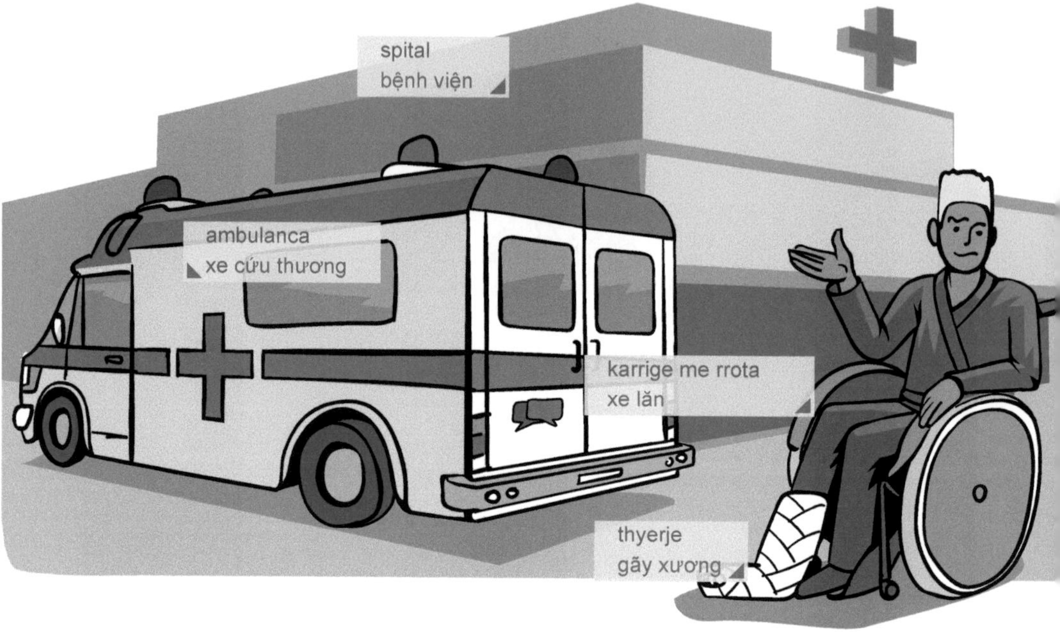

spital
bệnh viện
ambulanca
xe cứu thương
karrige me rrota
xe lăn
thyerje
gãy xương

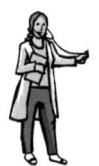

mjek

bác sĩ

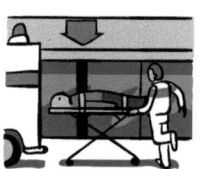

sallë urgjencash

phòng cấp cứu

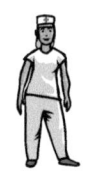

infermiere

y tá

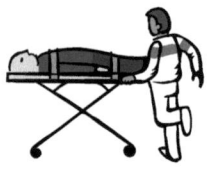

emergjencë

cấp cứu

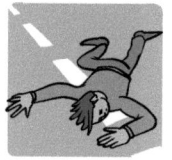

i pandërgjegjshëm

bất tỉnh

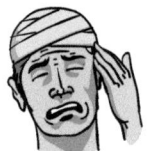

dhimbje

cơn đau

dëmtim

bị thương

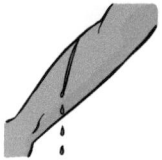

gjakosje

chảy máu

infarkt

nhồi máu cơ tim

goditje

đột quỵ

alergji

dị ứng

kolla

ho

ethe

sốt

grip

cúm

diarre

tiêu chảy

dhimbje koke

đau đầu

kancer

ung thư

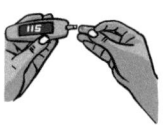

diabet

bệnh tiểu đường

kirurg

bác sĩ phẫu thuật

bisturi

dao mổ

operacion

giải phẫu

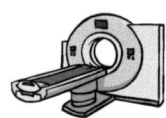

CT (skaner)

chụp cắt lớp

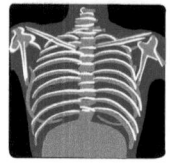

radiografi

chụp x-quang

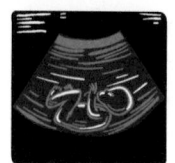

ultratingull

siêu âm

maskë fytyre

mặt nạ

sëmundje

bệnh

dhomë pritjeje

phòng đợi

paterica

cái nạng

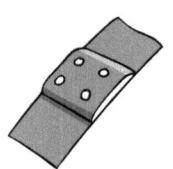

leukoplast

băng dán vết thương

fasho

băng bó

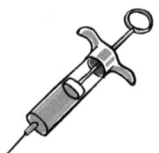

injeksion

tiêm thuốc

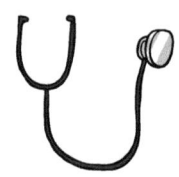

stetoskop

ống nghe khám bệnh

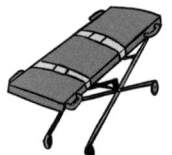

barelë

băng ca

termometër

nhiệt kế

lindje

sinh đẻ

mbipeshë

thừa cân

aparat dëgjimi

máy trợ thính

dezinfektant

chất khử trùng

infeksion

nhiễm trùng

virus

vi rút

HIV / AIDS

HIV / AIDS

mjekësi, mjekim

thuốc

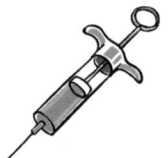

vaksinim

tiêm chủng

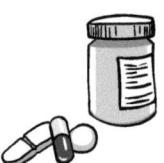

tableta

thuốc viên

pilulë

viên thuốc

telefonatë emergjence

gọi cấp cứu

aparat tensioni

máy đo huyết áp

i sëmurë / i shëndetshëm

bệnh / khỏe mạnh

Ndihmë!

cứu!

alarm

báo động

sulm

cuộc đột kích

atak

sự tấn công

rrezik

mối nguy hiểm

dalje emergjence

lối thoát hiểm

Zjarr!

cháy!

fikëse zjarri

bình chữa cháy

aksident

tai nạn

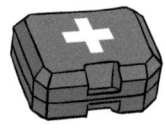

kuti e ndimës së shpejtë

bộ dụng cụ sơ cứu

SOS

SOS

policia

cảnh sát

Europa

châu Âu

Amerika e Veriut

Bắc Mỹ

Amerika e Jugut

Nam Mỹ

Afrika

châu Phi

Azia

châu Á

Australia

châu Úc

Atlantiku

Đại Tây Dương

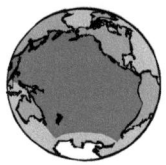

Paqësori

Thái Bình Dương

Oqeani Indian

Ấn Độ Dương

Oqeani Antarktik

Nam Cực Dương

Oqeani Arktik

Bắc Băng Dương

Poli i veriut

bắc cực

Poli i Jugut

nam cực

Antarktida

nam cực

toka

trái đất

tokë

đất liền

det

biển

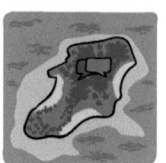

ishull

đảo

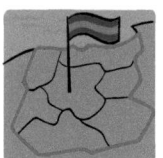

komb

quốc gia

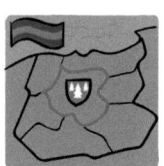

shtet

nhà nước

fusha e orës

mặt đồng hồ

akrepi i orës

kim chỉ giờ

akrepi i minutave

kim chỉ phút

akrepi i sekondave

kim chỉ giây

Sa është ora?

Bây giờ là mấy giờ?

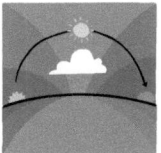

ditë

ngày

kohë

thời gian

tani

bây giờ

orë dixhitale

đồng hồ điện tử

minutë

phút

orë

giờ

javë
tuần lễ

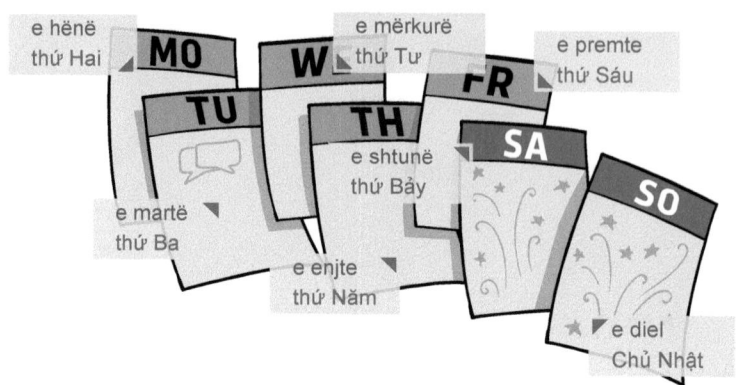

e hënë
thứ Hai

MO

W

e mërkurë
thứ Tư

FR

e premte
thứ Sáu

TU

TH

SA

e shtunë
thứ Bảy

e martë
thứ Ba

e enjte
thứ Năm

SO

e diel
Chủ Nhật

dje
....
hôm qua

sot
....
hôm nay

nesër
....
ngày mai

mëngjes
....
buổi sáng

mesditë
....
buổi trưa

mbrëmje
....
buổi tối

MO	TU	WE	TH	FR	SA	SU
1	2	3	4	5	6	7
8	9	10	11	12	13	14
15	16	17	18	19	20	21
22	23	24	25	26	27	28
29	30	31	1	2	3	4

ditë pune
....
ngày làm việc

MO	TU	WE	TH	FR	SA	SU
1	2	3	4	5	6	7
8	9	10	11	12	13	14
15	16	17	18	19	20	21
22	23	24	25	26	27	28
29	30	31	1	2	3	4

fundjavë
....
cuối tuần

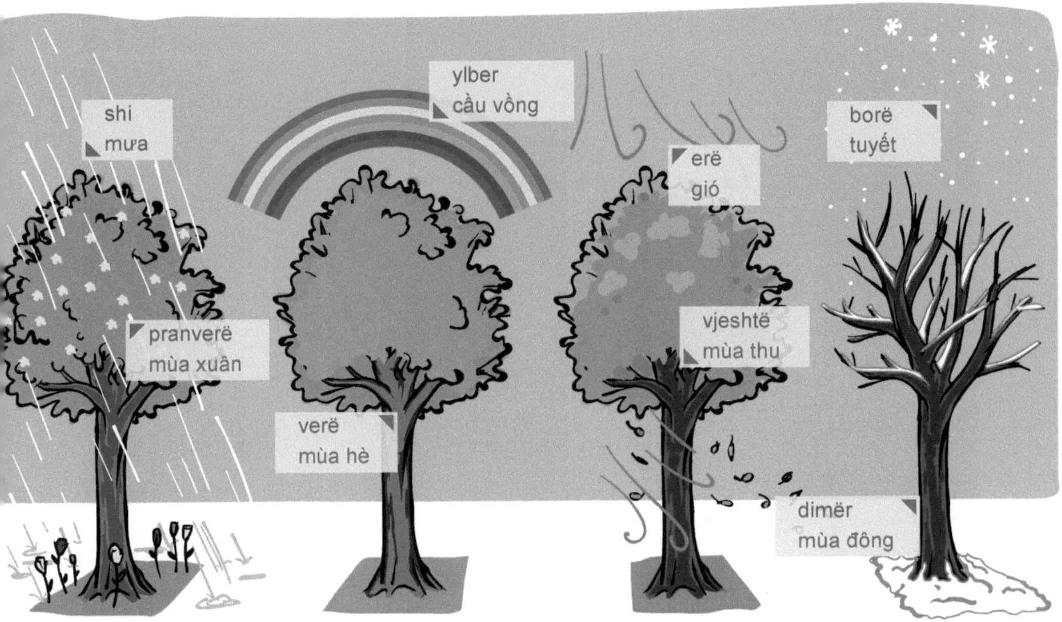

shi
mưa
ylber
cầu vồng
borë
tuyết
erë
gió
pranverë
mùa xuân
vjeshtë
mùa thu
verë
mùa hè
dimër
mùa đông

4.APRIL 11°
5.APRIL 4°
6.APRIL 13°
7.APRIL 8°
8.APRIL 10°

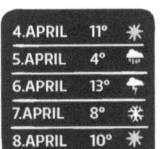

parashikimi i motit

dự báo thời tiết

F C
120 40
90 30
60 20
30 10
0 0
-30 -10
-20

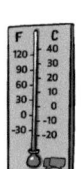

termometër

nhiệt kế

ndriçim dielli

ánh nắng

re

mây

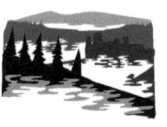

mjegull

sương mù

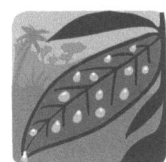

lagështi

độ ẩm không khí

vetëtima

tia chớp

gjëmim

sấm sét

stuhi

cơn bão

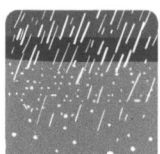

breshër

mưa đá

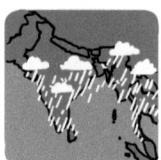

muson

gió mùa

përmbytje

lũ lụt

akull

nước đá

janar

tháng Một

shkurt

tháng Hai

mars

tháng Ba

prill

tháng Tư

maj

tháng Năm

qershor

tháng Sáu

korrik

tháng Bảy

gusht

tháng Tám

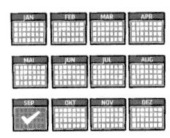

shtator
....
tháng Chín

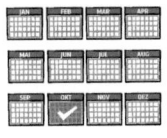

tetor
....
tháng Mười

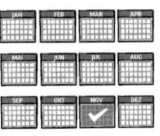

nëntor
....
tháng Mười Một

dhjetor
....
tháng Mười Hai

forma
hình dạng

rreth
....
hình tròn

katror
....
hình vuông

drejtkëndësh
....
hình chữ nhật

trekëndësh
....
hình tam giác

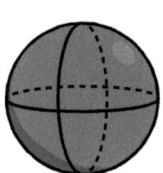

sferë
....
hình cầu

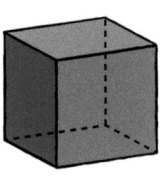

kub
....
khối vuông

e bardhë

màu trắng

e verdhë

màu vàng

portokalli

màu cam

rozë

màu hồng

e kuqe

màu đỏ

vjollcë

màu tím

blu

màu xanh dương

e gjelbër

màu xanh lá cây

kafe

màu nâu

gri

màu xám

e zezë

màu đen

shumë / pak

nhiều / ít

i nevrikosur / i qetë

tức tối / điềm tĩnh

i bukur / i shëmtuar

xinh đẹp / xấu xí

fillim / fund

bắt đầu / kết thúc

i madh / i vogël

to / nhỏ

i ndritshëm / i errët

sáng / tối

vëlla / motër

anh (em) trai / chị (em) gái

e pastër / e pistë

sạch / bẩn

e plotë / jo e plotë

đủ / thiếu

ditë / natë

ngày / đêm

gjallë / vdekur

chết / sống

i gjerë / i ngushtë

rộng / chật hẹp

i ngrënshëm / i pangrënshëm
ăn được / không ăn được

i keq / i këndshëm
....
ác / tử tế

i lumtur / i mërzitur
....
hào hứng / chán nản

i shëndoshë / i dobët
....
béo / gầy

e para / e fundit
....
đầu tiên / cuối cùng

mik / armik
....
bạn / thù

plot / bosh
....
đầy / rỗng

e fortë / e butë
....
cứng / mềm

e rëndë / e lehtë
....
nặng / nhẹ

uri / etje
....
đói / khát

i sëmurë / i shëndetshëm
....
bệnh / khỏe mạnh

e paligjshme / e ligjshme
....
bất hợp pháp / hợp pháp

i zgjuar / budalla
....
thông minh / ngu

majtas / djathtas
....
trái / phải

afër / larg
....
gần / xa

të kundërta - đối lập

e re / e përdorur

mới / cũ

asgjë / diçka

không có gì cả / có cái gì đó

i moshuar / i ri

già / trẻ

ndezur / fikur

bật / tắc

hapur / mbyllur

mở / đóng

i qetë / i zhurmshëm

im lặng / ồn ào

i pasur / i varfër

giàu / nghèo

e drejtë / e gabuar

đúng / sai

i ashpër / i butë

sần sùi / mịn màng

i mërzitur / i lumtur

buồn / vui

i shkurtër / i gjatë

ngắn / dài

ngadalë / shpejt

chậm / nhanh

i lagësht / i thatë

ẩm ướt / khô ráo

ngrohtë / freskët

ấm áp / mát mẻ

luftë / paqe

chiến tranh / hòa bình

0	**1**	**2**
zero	një	dy
số không	một	hai

3	**4**	**5**
tre	katër	pesë
ba	bốn	năm

6	**7**	**8**
gjashtë	shtatë	tetë
sáu	bảy	tám

9	**10**	**11**
nentë	dhjetë	njëmbëdhjetë
chín	mười	mười một

12

dymbëdhjetë

mười hai

13

trembëdhjetë

mười ba

14

katërmbëdhjetë

mười bốn

15

pesëmbëdhjetë

mười lăm

16

gjashtëmbëdhjetë

mười sáu

17

shtatëmbëdhjetë

mười bảy

18

tetëmbëdhjetë

mười tám

19

nentëmbëdhjetë

mười chín

20

njëzetë

hai mươi

100

qind

một trăm

1.000

mijë

một ngàn

1.000.000

milion

một triệu

anglisht

tiếng Anh

anglishte amerikane

tiếng Anh Mỹ

kinezisht mandarin

tiếng Quan Thoại

hindi

tiếng Hin-di

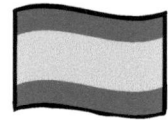

spanjisht

tiếng Tây Ban Nha

frëngjisht

tiếng Pháp

arabisht

tiếng Ả-rập

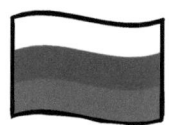

rusisht

tiếng Nga

portugalisht

tiếng Bồ Đào Nha

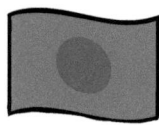

bengalisht

tiếng Bengal

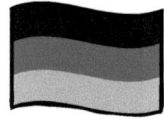

gjermanisht

tiếng Đức

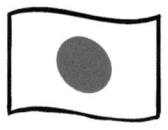

japonisht

tiếng Nhật

unë

tôi

ti

bạn

ai / ajo

anh ta / cô ta / nó

ne

chúng tôi

ju

các bạn

ata

họ

kush?

ai?

çfarë?

cái gì?

si?

như thế nào?

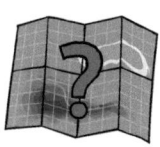

ku?

ở đâu?

kur?

lúc nào?

emër

tên

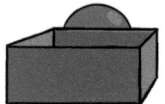

pas

phía sau

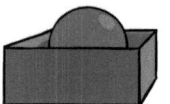

në

ở trong

përballë

phía trước

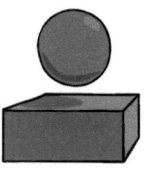

sipër

phía trên

mbi

ở trên

poshtë

ở dưới

pranë

bên cạnh

midis

ở giữa

vend

chỗ